திருசெங்கனூர் திருக்கோவில்

முருகாச்சாரி செங்கனூர்

Made with ❤ on the Notion Press Platform
www.notionpress.com

திருசெங்கனூர் திருக்கோவில்

முருகாச்சாரி செங்கனூர்

பொருளடக்கம்

அணிந்துரை

திருசெங்கனூர் திருக்கோவில்

முன்னுரை

Iam Murugan achari born and brought up chengannur. Reading and writing short stories are my main hoby. I'm living along with my wife Omana murugan and my children Aravind m acharya (PG student devaswam board college pamba, parumala) and Avinash m acharya (Digree first year student, devaswam board cllege pamba, parumala). I'm a member of the shilpi family which constructed this temple.

This book about chengannur temple which is the fruit of my last 14 years dedicated research on the history of chengannur temple.

In this period Lord shiva and devi Parvathi blessed me by providing many real knowledge about this.

Here I would like share this experiences to Mahadev's Devotees. Let us pray

"om Uma.. Maheshwaraaya nama...

நன்றி

Thantri:- Thazhamon Madom Kandhararu Mohanaru

Thantri:- Thazhamon Madom Kamdhararu
Mahesh Mohanaru

முகவுரை

அடியேன் முருகன் ஆச்சாரி செங்கனூரில் பிறந்து வளர்ந்தவர். சிறு-கதைகள் படிப்பதும் எழுதுவதும் எனது முக்கிய பொழுதுபோக்கு. நான் என் மனைவி ஓமனா முருகன் மற்றும் எனது குழந்தைகள் அரவிந்த் எம் ஆச்சார்யா (முதுகலை மாணவர் தேவஸ்வம் போர்டு கல்லூரி பம்பா, பருமலா)

மற்றும் அவினாஷ் எம் ஆச்சார்யா (டிகிரி முதலாம் ஆண்டு மாணவர், தேவஸ்வம் போர்டு கிளேஜ் பம்பா, பருமலா) ஆகியோ-ருடன் வாழ்கிறேன். இந்தக் கோயிலைக் கட்டிய சிற்பி குடும்பத்தைச் சேர்ந்தவன் நான்.

செங்கனூர் கோயிலைப் பற்றிய இந்தப் புத்தகம், செங்கனூர் கோயிலின் வரலாற்றைப் பற்றிய எனது கடந்த 14 ஆண்டுகால அர்ப்பணிப்பு ஆராய்ச்சியின் பலனாகும்.

இந்தக் காலக்கட்டத்தில் சிவபெருமானும், பார்வதிதேவியும் இதைப் பற்றிய பல உண்மையான அறிவை எனக்கு அளித்து ஆசீர்வதித்தனர்.

இந்த அனுபவத்தை மகாதேவரின் பக்தர்களிடம் இங்கே பகிர்ந்து கொள்ள விரும்புகிறேன். "ஓம் உமா.. மகேஸ்வராய நம..." என்று பிரார்த்திப்போம்.

திருசெங்கனூர் திருக்கோவில்.
****

திருசெங்கனூர் திருக்கோவில்ஸ்ரீ பார்வதி தேவி சமேத ஸ்ரீ
மஹாதேவர் ஆலயம்
செங்கனூர் கோவில்... உண்மையான வரலாறு மற்றும்
வழிபாட்டிற்கான அமைப்புகள்.

ஓம் ஸ்ரீ மஹாகனாப்தே நம
அவிக்னமஸ்து
ஓம் நமசிவாய ஓம் மஹாதேவி நம

ஸ்ரீ மஹாதேவரின் வாகனத்தின் பக்கத்தில் அமர்ந்துள்ளார்
கூத்தம்பலத்தில் நந்திகேசா
நீண்ட காலமாக செய்யப்படும் அர்ப்பணிப்பு பிரார்த்தனை,
தத்தசம்ஹிதை உள்ளிட்ட பௌரணிய நூல்களைப் பார்த்தும்,
கேட்டும், படிப்பதாலும் விளங்கும் இதிகாசப் பகுதியை இங்கு
குறிப்பிடுகிறது.

இரண்டாவது கைலாசமாகக் கருதப்படும் திரி...செங்கனூர் மகாதேவர்கேஷத்திரம், சிவபுராணம் உட்பட பல புராண இதிகாசங்களில் "சோணாத்ரி" என்ற பெயரால் குறிப்பிடப்படுகிறது.

தக்ஷ யாகத்தில் பங்கேற்க அழைக்கப்படாமல் சென்ற சிவபெருமானின் துணைவியான சதிதேவி, தன் தந்தை தக்ஷன் மற்றும் அவனது தோழர்களின் குற்றச்சாட்டுகளைக் கேட்டு, இந்த அவமானத்திற்குப் பிறகு எப்படி கைலாசத்திற்குத் திரும்புவது என்று நினைத்து வருத்தமடைந்து,பஞ்சாங்கணியில் தன்னை தியாகம் செய்ய முடிவு செய்தார். தக்ஷாவால் முடிந்த தன் உடலை தியாகம் செய்தாள்.

யாகசாலையில் தன் பக்தர்களுக்குத் தேவையான அருட்கொடைகளை அளித்துவிட்டு, ஸ்வஸ்திகாசனத்தில் அமர்ந்து, "அடுத்த பிறவியிலும் ஸ்ரீ மஹாதேவருக்கு மனைவியாக வேண்டும் என்ற பிரார்த்தனையுடன், தன் உடலில் உள்ள பஞ்சபூதங்களில், - தீ மூட்டி அந்த உடலைத் துறந்து ஆதிபராசக்தியுடன் இணைந்தார்.

பிற்காலக் கதைகள் அனைவருக்கும் தெரிந்ததே. வீரபத்திரன் மற்றும் பத்ரகாளியால் தக்ஷனைக் கொன்றது மற்றும் தக்ஷனாக ஒரு ஆட்டின் தலையை வெட்டுவது யாகத்தைத் தொடர வேண்டியிருந்தது,

பின்னர் யாகத்தின் நிறைவு ஸ்ரீ மஹாபாகவத்திலும் விவரிக்கப்பட்டுள்ளது

மகாதேவன் சதி தேவியின் உயிரற்ற உடலைத் தூக்கிக்கொண்டு நடக்கத் தொடங்கினார்

ஸ்ரீ மகா விஷ்ணு மகாதேவனை மீண்டும் பிரபஞ்ச கடமைகளுக்கு கொண்டு வர சதிதேவியின் உடலை சுதர்சன சக்கரத்தால் 51 துண்டுகளாக வெட்டினார்.

இவை பூமியின் பல்வேறு பகுதிகளில் சிதறிக் கிடக்கும் இடங்கள் 51 சக்தி பீடங்கள் எனப்படும். அவற்றுள் முக்கியமானது அஸ்ஸாம் மாநிலம் கோஹாட்டியில் உள்ள காமாக்யா ஆலயம், அங்கு அம்மனின் இடுப்பில் உள்ளது. அஸ்ஸாமில் உள்ள செங்கனூர் கோவிலில் "அம்புவாசி" என்று அழைக்கப்படும் ஒரு பெரிய திருவிழாவைப் போல, வருடத்திற்கு ஒருமுறை, தேவியின் யோனிசிலையில் இருந்து திருப்பூத்தம் செய்யப்படுகிறது.

சதிக்குப் பிறகு,

மகாதேவ் நீண்ட நேரம் தியானத்தில் நுழைந்தார். அந்த நேரத்தில் தாரகாசுரன் என்ற ஒரு அரக்கன் தன்னை யாராலும் கொல்ல முடியாது என்று பிரம்மாவிடம் வரம் பெற்றான், ஆனால் பிரம்மா மரணம் அனைவருக்கும் அவசியம் என்று கூறினார். பிறகு மகாதேவனின் மகன் மட்டுமே அவனைக் கொல்ல முடியும் என்று அரக்கன் ஒப்புக்கொண்டான். மஹாதேவ் "யோகநித்ரா"விலிருந்து திரும்ப மாட்டார் என்று அவர் நம்பினார்.

பிராக்ம தேவாவின் சக்தியை அடைந்த பிறகு, தாரகாசுரன் தேவர்கள் உட்பட அனைவருக்கும் மிகவும் கொடூரேமானவராக ஆனார். மஹாதேவ் அவரை எழுப்பும் யோக நித்திரையில் இருந்ததால் அவர்கள் முற்றிலும் பிரச்சனையில் இருந்தனர். மகாதேவன் திருமணம் செய்து கொண்டால் அவனுடைய மகன் அசுரனை கொல்லலாம்.

பிற்பாடு தேவி ஹிமவானின் மகளாகப் பிறந்து தினமும் சிவபூஜை செய்தாள். ஒருமுறை இந்திரனில் தேவி பார்வதி தனது

பூஜையை மகாதேவனுக்கு செய்யும்போது சிவபெருமானை எழுப்ப காம தேவரின் உதவியை நாடினார் இப்படி உள்ளேயும் வெளியேயும் எண்ணற்ற சிற்பங்கள் (அவற்றில் சிலவற்றைக் காட்ட மகாதேவா அனுமதித்தது மிகவும் அதிர்ஷ்டமாக கருதுகிறேன்) அடைப்புக்கு சேதம் ஏற்படுவது பெரிய ஆபத்து.

ஏழு ஏக்கர் பரப்பளவு கொண்ட சுவரின் உள்ளே.

ஏழு என்ற எண் மிகவும் முக்கியமானது.

ஸ்ரீ லலிதா சஹஸ்ரநாமத்தில் தேவியைத் துதிக்கும்போது இவ்வாறு குறிப்பிடுகிறார்

"கடம்பா... வனவாசினி.."

இது கடம்ப மரங்களின் காடு அல்ல என வர்ணிக்கப்படுகிறது. (கடம்பகுசுமப்ரியா வேறொரு பத்தியில் விவரிக்கப்பட்டுள்ளது. இது ஒரே சஹஸ்ரநாமம் திரும்பத் திரும்பச் செய்யப்படாதது.)

ஒருமுறை இந்திரனால் தேவி பார்வதி தனது பூஜையை மகாதேவனுக்கு செய்யும்போது சிவபெருமானை எழுப்ப காம தேவரின் உதவியை நாடினார். இந்திரனின் வேண்டுகோளின்படி காமதேவ் சிவபூஜைக்காக தேவியின் சந்நிதியில் "மதுயஸ்தி தனுஷ்" என்ற வில்லில் இருந்து மகாதேவ் மீது மலர் அம்பு ஒன்றை அனுப்பினார்.

மலர் அம்பு மகாதேவர் மீது விழுந்தபோது அவர் கண்களைத் திறந்தார், காம மகாதேவருக்குக் காமன் மீது கோபம் வந்தது. பின்னர் அவர் தனது மூன்றாவது கண்ணைத் திறந்து காமாவை எரித்தார். ஆனால் பின்னர் மகாதேவ் காமாவை மன்னித்தார். அதன் பிறகு பார்வதியை திருமணம் செய்ய மகாதேவ் முடிவு செய்தார்.

தேவாதிதேவரின் திருமணத்தைக் காண, தேவர்களும், யக்ஷகந்தர்வர்களும், முனிவர்களும் அழகாபுரிக்குச் சென்றனர். பூமி வடக்கு நோக்கிச் சாய்ந்து, அவற்றின் எடை அனைத்தும் ஒன்றிணைந்தால் அதன் சமநிலையை இழக்கும் என்பதை உணர்ந்த இறைவன், ரிஷி அகஸ்தியரிடம், பூமியின் சமநிலையை பராமரிக்க ஷோனாத்திரிகள் (சிவப்பு மலைகள்) காணக்கூடிய இடத்திற்கு தெற்கே செல்லும்படி கூறினார். பகவான் மற்றும் தேவியின் திருமணத்தைக் காணும் வரம் வேண்டும் என்ற அகஸ்தியரின் கோரிக்கையை மதித்து, தெய்வீகக் கண்ணால் திருமணத்தைக் காணும் வரத்தையும் வழங்கினார்.

இருப்பினும், திருமணத்திற்குப் பிறகு, மகாதேவர் முதலில் பார்வதி தேவியுடன் ஷோணாத்ரிக்கு வந்து தரிசனம் செய்ய வேண்டும் என்ற அகஸ்திய முனியின் வேண்டுகோள் தென்னாட்டில் அவருக்கு ஒதுக்கப்பட்டது.

எனவே ஷோணாத்ரிக்கு வந்த முனிவர் (சோணாசலமும் சில நூல்களில் காணப்படுகிறது. ஷோணாசலம் = செம்மண் மலைகள் அல்லது செம் குனூர் பகுதி பின்னர் செங்கன்னுராக உருவானது) இங்கு நித்ய ஹோமாதி கர்மாக்கள் செய்யப்படுகின்றன. பின்னர் அகஸ்திய முனியின் ஹோமகுண்டம் அடங்கிய இடம் கோவில் குளமாக மாறியது. அகஸ்த்யகுண்டம் என்று அழைக்கப்படும் இந்தக் குளத்தின் அடியில் கிடைத்த ஹோமகுண்டத்தின் கற்கள், குளம் புதுப்பிக்கப்பட்டபோது கிடைத்தவை, அகஸ்தியருடையது என்று கருதப்படுகிறது.

வரசித்தியில் உமாமஹேஸ்வர திருமாங்கல்யத்தை தரிசனம் செய்த அகஸ்தியருக்கு இறைவனும் பகவதியும் இங்கு வந்து அருள்பாலித்து முனிவரின் ஆணைப்படி இங்கு சில நாட்கள் தங்கியிருந்தனர்.

இதனால் திருச்செங்கனூர் இரண்டாம் கைலாசம் எனப் பெயர் பெற்றது. செங்கனூர் மகாதேவர்க்ஷேத்திரத்தில் கேரளாவின் தனித்துவமான வாஸ்து சாஸ்திரப்படி கட்டப்பட்ட மிகப்பெரிய அலங்கார கோபுரம் உள்ளது.

விரிவாக ஆராயும் போது அதன் கட்டிடக்கலை அழகு பிரமிக்க வைக்கிறது.

மூன்று தளங்களில் கட்டப்பட்டுள்ள இந்த கோபுரம் கடுமையான கோடை காலங்களிலும் குளிர்ந்த காற்று வீசும். கோவில் குளத்தின் உச்சியில் இருந்து வீசும் குளிர்ந்த காற்று, கோபுரத்தின் திசையை நோக்கி திரும்பும்போது சிற்ப தொழில்நுட்பத்தை நேரடியாக அனுபவிக்க முடியும்.

கோபுரம் என்பது வாஸ்துபுருஷனின் (சாக்ஷல் மகாதேவா) நுட்பமான உடலின் பாதங்கள். கோபுரத்தைக் கடக்கும்போது, படியே இறைவனின் உப்புக்கட்டி. அங்கேயே வணங்கி படியில் ஏறாமல் கடக்க வேண்டும். கோபுரத்தின் மேற்பகுதி கடவுளின் கால்விரல்கள். கோவில் சுவர்களில் உள்ள சடங்குகள் பின்னர் விளக்கப்படும்.

சுற்றியுள்ள சுவர் தெய்வத்தின் நுட்பமான உடலின் தோல் ஆகும். சிவாலயம் போல் தூய்மையாகவும், கெடாமல் இருக்க வேண்டிய இடம்.

ஏழு அடுக்கு கற்களை சேர்த்தால், அந்த கற்களின் ஒவ்வொரு பகுதியிலும் அழகிய சிற்பங்கள் ஒளிந்திருக்கும். அந்தக் காலத்து சிற்பத் திறமை.

மான், மயில், ஆமை, அன்னம், நாகங்கள், வேட்டை சிங்கங்கள் மற்றும் கஜேந்திர மோக்ஷம், இதை நாம் கூர்ந்து கவனித்தால் தெரியும். இப்படி உள்ளேயும் வெளியேயும் எண்ணற்ற சிற்பங்கள் (அவற்றில் சிலவற்றைக் காட்ட மகாதேவா அனுமதித்தது மிகவும் அதிர்ஷ்டமாக கருதுகிறேன்) அடைப்புக்கு சேதம் ஏற்படுவது பெரிய ஆபத்து.

ஏழு ஏக்கர் பரப்பளவு கொண்ட சுவரின் உள்ளே.
ஏழு என்ற எண் மிகவும் முக்கியமானது.
ஸ்ரீ லலிதா சஹஸ்ரநாமத்தில் தேவியைத் துதிக்கும்போது
இவ்வாறு குறிப்பிடுகிறார்
"கடம்பா... வனவாசினி.."
இது கடம்ப மரங்களின் காடு அல்ல என வர்ணிக்கப்படுகிறது.
(கடம்பகுசுமப்ரியா வேறொரு பத்தியில் விவரிக்கப்பட்டுள்ளது. இது
ஒரே சஹஸ்ரநாமம் திரும்பத் திரும்பச் செய்யப்படாதது.) கடம்ப
வன என்றால் – பதினொரு சுவர்களுக்குள் (கல் மற்றும்
உலோகங்கள் உட்பட) ஏழு யோஜனை சுற்றளவுக்குள், வெள்ளி
மற்றும் தங்கத்தால் செய்யப்பட்ட உட்புற இரண்டு சுவர்கள். உள்ளே
இருக்கும் தேவி உண்மையில் புவனேஸ்வரி... லலிதாம்பிகை.
செங்கனூர்மஹாதேவர்க்ஷேத்திரத்தின் சுற்றுச்சுவர் ஏழு
அடுக்குகளைக் கொண்டது என்று மேலே கூறப்பட்டுள்ளது.
இதனுடன் நாலாம்பலத்தின் ஒரு சுவரையும், கருவறையின் மூன்று
மதில்களையும் சேர்த்து பதினொரு சுவர்களை உருவாக்குங்கள்.
கடம்பவனம் அம்மன் வீற்றிருக்கும் இடம்.
எனவே இங்கு தேவியும் இறைவனுடன் சமமாக
முக்கியமானவள்.
எனவே இரண்டாவது கைலாசம் என்ற அடைமொழியே இங்கு
பொருத்தமானது.
பார்வதி பரிணாமத்திற்குப் பிறகு, மகாதேவர் தேவியுடன்
செங்கன்னூருக்கு வந்து அகஸ்திய முனிவரை தரிசனம் செய்தார்,
இங்கு தங்கியிருந்தபோது, தேவிக்கு முதல் மாதவிடாய் ஏற்பட்டது.
தகவல் அறிந்த அளகாபுரியிலிருந்து அம்மன் மற்றும் பரிவாரப்
பணியாளர்கள் இங்கு வந்து அம்மனை கோயிலின் விமான
மூலையில் உள்ள இருக்கையில் அமர்த்தினார்கள்.
பின்னர், நான்காம் நாள், பம்பா நதியில் "ரிதுஸ்னானம்"
(திரிபூத ஆராட்டு) செய்யப்பட்டு, தேவி உற்சவத்துடன் மீண்டும்
அழைத்து வரப்பட்டு, மகாதேவரின் முன்னிலையில்
கொண்டுவரப்பட்டது.

பரவசமடைந்த இறைவன் வெளியே வந்து, மகாதேவனின் பாதி உடலான பகவதியை அழைத்துக் கொண்டு தேவியை உள்ளே அழைத்துச் சென்றார்.
ஆறாட்டு ஓய்ந்து பகவதி சுற்றுச்சுவரில் நுழைந்தபோது, மகாதேவன் வந்து தேவியுடன் சென்றார்

அம்மன் கோயிலில் மூன்று சுற்றுகள் (பரிக்கிரமன்) செய்து,
பக்தர்களுக்கு தரிசனம் மற்றும் அருள் கடாக்ஷங்கள் அளித்த பிறகு
கருவறைக்கு அழைத்துச் செல்லப்படுகிறார்.

ஆங்கிலேயர் ஆட்சியின் போது இப்பகுதிக்கு பொறுப்பாக
இருந்த கர்னல் மன்ட்ரோ, ஒருமுறை கோவிலின் செலவு
மதிப்பீட்டை சரிபார்த்து, திரிபூத்த ஆராட்டின் அளவைக் கவனித்து,
அந்த உருவம் தேவையற்றது மற்றும் மூடநம்பிக்கை என்று
நிராகரித்தார். அதனால் ஆராதனை செய்யும் நேரம் வந்தபோது
அது நின்று போனது.

பின்னர் மந்திரோ சைப்பின் குடும்பத்திற்கு பயங்கரமான
துரதிர்ஷடங்கள் ஏற்பட்டது மற்றும் அவரது மனைவிக்கு
கடுமையான இரத்தப்போக்கு ஏற்பட்டது மற்றும் அவரது உயிருக்கு
ஆபத்து ஏற்பட்டது.

மருந்துகள் பலனளிக்காத நிலையில், கற்றறிந்தவர்களின்
ஆலோசனையின் பேரில், ஜோதிடத்தின் மூலம் விஷயத்தை

ஆராய்ந்து, தேவியின் கடுமையான கோபமே எல்லாவற்றுக்கும் காரணம் என்பதை உணர்ந்தார். பிராயச்சித்தமாக, கர்னல் மந்ரோ தங்க ஒடியன் மற்றும் இரண்டு வளையல்களை வழங்கி தேவியிடம் மன்னிப்பு கேட்டார். அதில் அவரது பெயர் நினைவாக பொறிக்கப்பட்டுள்ளது.

அதுமட்டுமல்லாமல் திருப்பூத் ஆராட்டு நிர்வாகத்திற்காக வங்கியில் பெரும் தொகையை டெபாசிட் செய்தார்.

இருப்பினும், மலையாள நாட்காட்டியின் முதல் மாதத்தில் முதல் திரிபூத்தின் தொகை இந்த முதலீட்டின் வட்டி எண்ணைக் கொண்டு கணக்கிடப்படுகிறது. அன்றைய தினம், தங்க ஒடியானா மற்றும் மந்திரம் பொறிக்கப்பட்ட வளையல்கள் தேவிக்கு சமர்ப்பிக்கப்படுகின்றன.

செங்கனூர் மகாதேவர் கோவிலில் ரிது தேவியின் மாபெரும் அதிசயம் நடக்கும் சிறப்பு அம்சமாகும்.

இது அஸ்ஸாமில் உள்ள காமாக்யா கோவிலில் வருடத்திற்கு ஒரு முறை மட்டுமே நடக்கும். ஆனால் இங்கு வருடத்தில் பல மாதங்களில் அது தேவியின் ஆசீர்வாதமாக நடக்கும் கோயிலின் முக்கிய பண்டிதர் நிர்மால்ய தரிசனத்திற்குப் பிறகு காலை பூஜை நேரத்தில், அபிஷேகத்திற்காக தேவியின் புனித வஸ்திரத்தை மாற்றவும். கடைசி நாள் அணிந்திருந்த உடையாடையை (கடவுளின் ஆடை) வைத்திருப்பார். கதவுக்கு அருகில்.

பின்னர் "வாரியர்" (பல நூற்றாண்டுகளுக்கு முன்பே, தேவி மற்றும் தெய்வத்தை தங்கள் உரிமையாகக் கருதும் உரிமையைப் பறித்த சிறப்புப் பணியாளர்கள். கழகம் என்று அழைக்கப்பட்டனர். மற்றொரு ஆசீர்வதிக்கப்பட்டவர் மூசாத். அவர்கள் பூஜைப் பொருட்கள்)

பணியில் இருக்கும் கழகத்தினர் அந்த ஆடையை நலம்பலத்தின் உள்ளே உள்ள ஒரு சிறப்பு இடத்திற்கு எடுத்துச் சென்று சரிபார்ப்பார்கள்.

உதயதாவில் சிவப்பு நிறம் தென்பட்டால் அதை பத்திரமாக கோவில் தந்திரி மடத்தில் கொண்டு சென்று வயதான தாயாரிடம் ஒப்படைப்பார்கள். அவர்கள் ஆடையை விரிவாகப் பார்த்து, தேவி திருப்பூதமாகிவிட்டதாக அறிவிப்பார்கள், பின்னர் தேவிநாதர் கதவு மூடப்பட்டு, பின்னர் தந்திரிகள் வந்து, சிவலிங்கத்திற்கு சைதன்ய

தெய்வத்தை ஆவாஹனம் செய்து வடமேற்கில் உள்ள திருப்பூத் நாதத்திற்கு மாற்றுவார்கள். நாலாம்பலத்தின் உள்ளே.

மூன்றாம் நாள் மாலையில் தந்திரியின் குடும்பத்தைச் சேர்ந்த பெண்கள் தேவிக்கு "பிட்டு நிவேத்யம்" எனப்படும் சிறப்பு நைவேத்தியத்தை வழங்குகிறார்கள், மேலும் அவர்கள் தேவிக்கு முன் திருவாதிரை நடனம் ஆடுகிறார்கள்.

பின்னர் மூன்று நாட்கள் அங்குள்ள அம்மனுக்கு தந்திரிகள் பூஜைகள் செய்கின்றனர். அந்நாட்களில் அம்மனின் பணியாட்களாக இரண்டு பெண்கள் அருகில் இருப்பார்கள்.

செங்கனூர் அம்மனுக்கு குங்குமம், குங்குமம் உள்ளிட்ட சிவப்புப் பூக்கள் அர்ப்பணிக்கப்படுவதில்லை.

நான்காம் நாள் காலை, கோவில் பணியாளர்கள் மற்றும் பக்தர்கள் உட்பட பம்பா ஆற்றில் உள்ள ஆராட்டு கடவுக்கு அம்மன் கொண்டு செல்லப்படுகிறது.

ஆராட்டுக்குப் பிறகு

பஞ்ச வாத்தியம் போன்ற இசைக்கருவிகள் முழங்க அம்மன் மீண்டும் எழுந்தருளும் போது ஆயிரக்கணக்கான பெண்கள் தாளம் எனப்படும் தட்டில் தீபங்களை ஏந்தி அம்மனுடன் செல்வார்கள்.

மந்திரத்தை உச்சரித்தல்

"அம்மே.. நாராயணா."

மகாதேவ் மற்றும் தேவியின் பல தெய்வீக அனுபவங்களை இங்கே நேரடியாக அனுபவிக்க முடியும். செங்கனூர் மகாதேவரின் புனித சந்நிதியை ஒருமுறையாவது சென்றடைய முடிந்தால் அது பிறவி.

ஓம்... உமா மகேஸ்வராய நம...